DHARAMSHALA - Hành Hương Vùng Đất Thiêng Ấn Độ

Vietnamese & English: Ven. Dr. Bhikṣuṇī TN Gioi Huong

DHARAMSHALA

Hành Hương Vùng Đất Thiêng Ấn Độ

PILGRIMAGE TO THE SACRED PLATEAU IN INDIA

Vietnamese & English

Ven. Dr. Bhikṣuṇī TN Gioi Huong

NXB TÔN GIÁO

Huong Sen Buddhist Temple

19865 Seaton Avenue

Perris, CA 92570, USA

Tel: 951-657-7272, Cell: 951-616-8620

Email: huongsentemple@gmail.com

thichnugioihuong@yahoo.com

https://www.facebook.com/Huong.Sen.Riverside

Web: www.huongsentemple.com

MỤC LỤC

LỜI ĐẦU

Dharamshala tọa lạc ở thung lũng Kangra, dưới bóng đỉnh đồi Dhauladhar của dãy núi Hi-mã-lạp-sơn cao 1.457 mét hoặc 4.780 feet, thuộc miền Bắc Ấn Độ.

Đây là trung tâm Văn hóa Phật Giáo Tây Tạng, nơi vị Phật sống, Thánh Đức Đạt Lai Lạt Ma thứ 14 - Tenzin Gyatso cùng cư dân của ngài cư trú và tu tập theo truyền thống Tây Tạng. Nơi đây có những ngôi chùa mang nét đặc sắc của nghệ thuật miền núi tộc Tạng, có niềm hạnh phúc thiêng liêng sâu thẳm thanh khiết của lời kinh tiếng kệ Tây Tạng, nơi tâm của khách chiêm bái trở nên sâu lắng, yên tĩnh, bao la, cao cả như đỉnh núi mây ngàn Dhauladhar, như sự mênh mông và hùng vĩ của núi đồi Hi-mã-lạp-sơn tuyết trắng chập chùng trước mắt....

Đến thăm viếng, chiêm bái, đảnh lễ, cúng dường chư Tăng Ni Tây Tạng Dharamshala là một kỷ niệm đẹp mà phái đoàn của chúng tôi gồm Sư Bhante Buddha Ratna (người Ấn Độ), tác giả (Ni sư TN Giới Hương), Sư cô đệ tử Viên Nhuận và sư cô Đức Trí đã được kết duyên vào đầu năm 2024.

Xin được chấp bút ghi lại những kỷ niệm nho nhỏ và vài tư tưởng đơn sơ kính ngưỡng về Dharamshala, một cao nguyên xứ tuyết tu tập của người Tạng.

Đời người là những chuyến đi. Có những chuyến đi sẽ là lần cuối. Có những chuyến đi sẽ được đi lại. Dù lần cuối hay được đi lại, xin đôi dòng chữ và những hình ảnh lưu lại những khoảng khắc đẹp của người Việt con Phật chúng ta đã đến xứ sở này.

Xin hoan hỉ!

Dharamshala, đầu xuân 2024

Kính bút,

Thích Nữ Giới Hương

DHARAMSHALA
HÀNH HƯƠNG VÙNG ĐẤT THIÊNG ẤN ĐỘ

Thích Nữ Giới Hương

Hành hương vùng đất thiêng Ấn Độ kết hợp với Hội Trùng Tụng Tam Tạng Pali (*tại Bồ-đề-đạo-tràng, ngày 2-12/12/2023*)[1], khóa thiền Vipassana tại Dhamma Bodhi Center (*tại Bồ-đề-đạo-tràng, ngày 15-26/12/2023*)[2], chiêm bái Dharamshala thủ đô Mật

---

1. Hội Trùng Tụng Tam Tạng Pali (tại Bồ-đề-đạo-tràng, miền Bắc Ấn Độ, ngày 2-12/12/2023) – Thích Nữ Giới Hương: có bài viết riêng. Xin mời xem ở website:
https://huongsentemple.com/index.php/vn/ung-dung/ng-a-i-hay-via-c-hay/8365-tam-tang-pali
2. Khóa thiền Vipassana tại Dhamma Bodhi Center (tại Bồ-đề-đạo-tràng, ngày 15-26/12/2023): có viết cuốn sách riêng về Vipassana. Xin mời xem: https://huongsentemple.com/index.php/vn/kinh-sach/tu-sach-bao-anh-lac

Tông Kim Cang Thừa Phật giáo (*ngày 27/12/2023 – 02/01/2024*) và tham dự Lễ Vía Phật Thích Ca Thành Đạo (*do Hội Công Đức Phật Giáo Thế Giới, World Buddhist Merit Society, tổ chức tại Bồ-đề-đạo-tràng vào ngày 17/01/2024*)[3] là những kỷ niệm khó quên và ấn tượng tốt đẹp trong dịp cuối năm 2023 và đầu năm mới 2024 này của nhóm chúng tôi gồm Sư Bhante Buddha Ratna (người Ấn Độ), Ni sư TN Giới Hương, Sư cô đệ tử Viên Nhuận và sư cô Đức Trí.

Từ trái: Sư Ratna, Sc Viên Nhuận, sư Tây Tạng,
Ni sư TN Giới Hương và sư cô Đức Trí

Nếu Bồ-đề-đạo-tràng, Bihar, nơi Đức Phật giác ngộ,

3. Lễ Vía Phật Thích Ca Thành Đạo (do Hội Phật Giáo Công Đức Thế Giới, World Buddhist Merit Society tổ chức tại Bồ-đề-đạo-tràng vào ngày 17/01/2024): có bài viết riêng. Xin mời xem ở Website: https://huongsentemple.com/index.php/vn/phat-phap/nghi-le

tọa lạc phía Bắc Ấn Độ thì Dharamshala, tiểu Lhasa Tây Tạng, tọa lạc tại cao nguyên Mcleod Ganj, thuộc tiểu bang Himachal Pradesh, miền Đông Bắc Ấn Độ. Đây là hai nơi hành hương chiêm bái mà các nhà tâm linh trên thế giới luôn tìm đến.

1. ĐỨC ĐẠT LAI LẠT MA THỨ 14 TENZIN GYATSO

Đức Đạt Lai Lạt Ma thứ 14 Tenzin Gyatso là bậc thánh giữa cuộc đời, vị thầy chung cho tất cả những ai được diện kiến chiêm ngưỡng ngài. Ngài trí tuệ sáng suốt, hiền hậu, đơn giản, thân thiện với tất cả không kể thân sơ. Khi thuyết giảng, ngài thường dùng những thuật từ, lời nói dễ hiểu trong đời sống nhưng thâm sâu, khơi dậy tình thương và hiểu biết cho thính giả, để tất cả đều được pháp lạc và hướng đến nếp sống thiện. Các pháp thoại của ngài được dịch ra nhiều ngôn ngữ trên thế giới để phổ biến. Ngài được vinh danh như bậc thánh của nhân loại, chứ không chỉ riêng cho dân tộc Tây Tạng. Phật giáo chúng ta hãnh diện khi có hai vị thánh sống, hai nhân vật có ảnh hưởng toàn cầu là Đức Đạt-lai-lạt-ma thứ 14 Tenzin Gyatso và Sư ông Thích Nhất Hạnh.

Chánh phủ Ấn Độ, đặc biệt Jawaharlal Nehru, vị Thủ tướng đầu tiên của Ấn Độ rất hảo tâm đã tặng ngọn núi thanh bình Dharamshala này cho Đức Đạt Lai Lạt Ma, vị lãnh đạo tinh thần Tây Tạng lưu vong và khoảng 80,000 cư dân của ngài sinh sống từ những năm 1959[4]

---

4. https://www.google.com/search?client=firefox-b-d&q=When+Dat-lai+Lama+stay+in+Dharamsala

đến nay. Từ thời gian đó trở đi, nơi đây trở thành trung tâm thủ đô văn hóa, kinh tế, chính trị, giáo dục và tôn giáo Tây Tạng.

Ngày tháng trôi qua, với đức lực và hạnh từ tỏa ra của vị Thầy lãnh đạo cùng với khí thiêng tinh khiết của núi tuyết Hi-mã-lạp-sơn, Dharamshala ngày càng thu hút nhiều người, nhiều giới, nhiều thành phần, nhiều du khách trên thế giới như Châu Mỹ, Châu Úc, Châu Á, Châu Phi, Châu Úc và ngay cả dân Ấn Độ của đất nước này về đây tu tập, tham dự pháp hội, học tiếng Tây Tạng, trì Mật Tông và tìm hiểu về nếp sống tâm linh thiêng liêng trên núi tuyết Dharamshala.

Toàn cảnh Dharamshala
nhìn từ Tu viện Tsuglag Khang

Đức Đạt Lại Lạt Ma được xem là vị lãnh đạo tinh thần tối cao và vị thần bảo hộ có năng lực nhất của dân chúng Tây Tạng. Năm nay ngài đã 90 tuổi (sanh năm 1935). Hơn 60 năm qua, ngài đi khắp năm châu bốn bể để chia sẻ thông điệp về một xã hội công bằng, một cuộc sống ấm no, hạnh phúc cho muôn người, nơi đó không có chiến tranh và bạo động. Vì lý tưởng này, năm 1989, ngài được trao giải Nobel Hòa bình:

"Vì ủng hộ các giải pháp hòa bình dựa trên sự khoan dung và tôn trọng lẫn nhau nhằm bảo tồn di sản lịch sử và văn hóa của dân tộc mình."

(The Nobel Peace Prize 1989 was awarded to The 14th Dalai Lama Tenzin Gyatso "for advocating peaceful solutions based upon tolerance and mutual respect in order to preserve the historical and cultural heritage of his people).[5]

2. THÀNH PHỐ CAO NGUYÊN DHARAMSHALA

Nằm trong thung lũng Kangra thuộc dãy núi tuyết Hy-mã-lạp-sơn, thành phố Dharamshala cao 1,800 mét được bao phủ bởi lớp áo của những rừng thông, tùng sồi, cây cổ thụ lâu năm cao vút.

Dharamshala được chia ra hai phần: phần trên núi (thượng) là thành phố Mcleod Ganj, nơi Đức Đạt Lai Lạt Ma và khoảng gần 10,000 dân Tây Tạng lưu vong sống, như là một Tiểu Lhasa ở Tây Tạng. Phần thấp (hạ) dưới núi là khu Kotwali Bazar và các vùng xung quanh,

---

5. https://www.nobelprize.org/prizes/peace/1989/summary/

nơi dân Ấn Himachal và nhiều sắc dân khác sinh sống. Dharamshala cũng trở thành "hợp chủng quốc" với nhiều ngôn ngữ được sử dụng như Tây Tạng, thổ ngữ bộ lạc địa phương Himachal, Hindi, tiếng Anh, Việt, Trung Quốc, Đức, Pháp, Tây Ban Nha, vv...

Ở độ cao 1.800 mét, việc di chuyển khó khăn, đường xá chật hẹp, ngoằn ngoèo, nhưng Dharamshala có cơ sở hạ tầng rất vững chắc và quy mô. Các tu viện, khách sạn, phòng xá, nhà hàng, có wifi miễn phí, điện nước nóng đầy đủ và rất tiện nghi hiện đại. Ngay cả hiện nay cũng có cáp treo gọi là Dharamshala Skyway, từ chân núi (hạ) đến đỉnh núi (thượng Dharamshala) tới ngay thị trấn đông đúc Mcleodganj và tu viện Tsuglag Khang, nơi Đức Đạt Lai Lạt Ma thứ 14 đang ngự trị. Tuyến cáp treo dài 1,8km đưa du khách từ chân núi lên đỉnh núi, đến Mcleodganj chỉ trong 5 phút. Có 18 khoan cáp treo (gondola), có thể chứa mỗi 10 khách/1 khoan, có hai nhà ga và 10 tòa tháp. Giá mỗi tuyến đi là 300 Rs. Hai vòng là 600 Rs. Rất nhanh và tiện lợi cho du khách vừa được rút ngắn đường đi núi khó khăn, rút ngắn thời gian và được ngắm toàn núi Dharamshala và các vùng lân cận phía xa xa trong sương mù rất đẹp.

Cáp treo Dhamasala Skyway

Đường núi đồi ngoằn ngoèo bẽ cua gắt chỉ rộng khoảng 4 mét, có nơi chỉ 3 mét, các tài xế miền núi rất giỏi đường, chạy lèo lách khéo léo. Khi có xe ngược chiều chạy đến, thì nép một bên đường im lặng nhường, không cải vã, chen lấn, tranh nhau. Nhiều xe thờ hình Phật và Đức Đạt Lai Lạt Ma trước xe. Tài xế cũng ảnh hưởng không khí tu niệm ở núi Dharamshala này nên khi lái xe, họ rất trầm tĩnh, ít nói, kham nhẫn và chánh niệm.

Về thực phẩm Tây Tạng là sự pha trộn giữa phong cách và gia vị của Tây Tạng, Nepal và Ấn Độ, tạo nên những hương vị đặc biệt như Tudkiya Bhath, Akotri, Kullu Trout, Chha Gosht và Dham. Riêng thực phẩm chay Tây Tạng như cơm trắng, cơm chiên, súp Thenthuk (như bánh canh của người Việt), curry cheese, bánh momo, pho mát (thường từ sữa yak hoặc sữa dê), sà lách, bơ, sữa chua, bánh mì, chapati, vv... cũng ăn được. Riêng trái cây, rau củ, đậu hạt và bông hoa luôn tươi tốt vì khí lạnh. Táo vàng rất thơm, mềm và ngọt là đặc sản của tiểu bang Himachal Predesh này.

Dharamshala có những con đường chính như từ bến xe buýt đi thì có đường Temple road đến ngôi Tu viện Tsuglag Khang - nơi ngụ của Đức Đạt-lai-lạt-ma, đường Tipa road dẫn đến Dharamkot - trung tâm thiền Vipassana, đường Bhagsunath road dẫn đến con thác nhỏ và đường Jogibara road dẫn đến nhiều hàng quán, nhà trọ và phố xá...

Từ trái: Ns TN Giới Hương, Bhante Ratna Buddha, Sư cô Viên Nhuận và sư cô Đức Trí tại Ni viện Dongyu Gatsal Ling

3. PHẬT GIÁO TÂY TẠNG

Dharamshala nghĩa là nơi nghỉ chân dành cho những người hành hương tâm linh. Vì Phật giáo là tôn giáo chính của Tây Tạng, nên *khắp thị trấn* Mcleod Ganj, dọc đường thành phố cao nguyên Dharamshala, nơi dân cư, phố xá, nhà trọ, hàng quán, chợ làng, chùa chiền... chỗ nào cũng thấy những lá cờ Phật Giáo Tây Tạng xanh, vàng, trắng, đầy màu sắc tung bay phất phới trước gió mùa xuân. Bên ngoài sân tu viện thường có kiến trúc gát chuông với nhiều chuông hình ống tròn khắc thần chú Om ma ni bằng chữ Tạng, cho Phật tử chạm vào lăn quay tròn để cầu nguyện. Các kiến trúc đền đài, tu viện, đều mang đậm dấu ấn văn hóa, kiến trúc, đời sống của người Tây Tạng. Cơ sở tu tập Phật giáo rất nhiều trên dốc núi, rừng thông, sườn đồi và ngay cả trong các ngỏ hẽm nhỏ ngoằn ngoèo cũng có các tu viện lớn nguy nga. Có nhiều bóng y màu đỏ sậm của chư tăng Tây Tạng đi qua lại, lẫn giữa quần chúng và du khách, thấp thoáng y cà-sa giữa đường đồi. Dọc phố, dọc hẽm, các tu sĩ, Phật tử và du khách đeo chuỗi tay, chuỗi cổ, tay cầm chuỗi lần hạt, miệng lâm râm niệm Phật, hòa cùng thanh âm tụng kinh tiếng Tạng vang ra từ tu viện hay nhà dân. Như một vị sư Tây Tạng ở Tu Viện Chime Gatsal Ling Monastery đã giải thích ý nghĩa về một bài thường tụng như:

CA NGỢI PHÁP GIỚI

(Dharmadhatustotra)

(tiếng Tây Tạng là Choying Toepa)

Mặt trời trong tay Phật

Ngọc trong suốt rực sáng

Pháp thân vô cấu nhiễm

Ở trong biển trí tuệ

Giống như nhiều ngọc quý

Truyền quán đảnh cho người...

Khung cảnh người, vật và thiên nhiên Dharamshala thật là bình lặng, chân chất, mộc mạc và giản dị như một làng chùa, một cõi tịnh tu trên ngọn núi Dharamshala sương mù gió lạnh này.

Trường Phật học Tây Tạng

4. TU VIỆN TSUGLAG KHANG - NƠI CƯ TRÚ CỦA ĐỨC ĐẠT-LAI-LẠT-MA

Nằm trên đỉnh cao của thượng Dharamshala, nơi sầm uất nhộn nhịp nhất của thị trấn Mcleodganj, là ngôi Tu viện Tsuglag Khang nơi vị lãnh đạo tinh thần tối cao của nhân dân Tây Tạng, đức Đạt Lai Lạt Ma thứ 14, đang cư trú. Mỗi khi vào pháp hội hay diện kiến ngài, an kiểm soát rất nghiêm như viếng thăm một VIP cao cấp nhất. Các điện thoại cầm tay, máy ảnh, túi sách đều để bên ngoài. Người nước ngoài trình visa và hộ chiếu. Dân Tạng hay Ấn địa phương cũng trình ID. Ngay cả vào tu viện Palpung Sherabling Monastic cũng như vậy, cảnh sát quản lý an ninh hỏi rất kỹ. Phải ghi sổ, tên khách viếng thăm và điện thoại, nếu có xảy ra việc gì thì cảnh sát liên lạc.

Tu viện Tsuglag Khang có 2,3 tầng cao thấp theo thế núi. Phía trước là khoảng sân rộng cho pháp hội. Từ cổng đi vào phía bên phải là phòng phát hành Phật cụ kinh sách, cạnh bên là thư viện và văn phòng tiếp khách. Ở thư viện, nơi trưng bày nhiều tranh vải thanka, các tượng Phật, Bồ tát và thánh tổ theo mỹ thuật tôn giáo Tây Tạng, nhiều các chày kim cang, pháp khí nghi lễ đủ loại bằng vàng, bạc, đồng. Đây là những đặc trưng văn hóa mỹ thuật đặc biệt của người Tạng.

*Chánh điện tu viện Tsuglag Khang và Pháp tòa
nơi Đức Đạt Lai Lạt Ma thường đăng đàn thuyết pháp*

Bước thẳng theo lối vào và leo các bậc thang sẽ đến nhà tổ và chánh điện trên tầng cao. Chánh điện có tượng Phật thếp vàng được đặt trên bệ cao. Phía trước là pháp tòa, ngơi Đức Đạt Lai ban pháp thoại. Bên trái và phải là thờ Bồ tát Văn Thù và Quan Âm. Trước chánh điện là khoảng sân rộng cho Phật tử ngồi thính pháp, có Tivi chiếu bên ngoài. Cạnh đó có các hàng chuông khắc bánh xe pháp, cho Phật tử đến cầu nguyện và đẩy chuông lăn tròn.

Nhà tổ có thờ nhục thân Thánh Sư của vị Đạt Lai Lạt Ma thứ 13 đời trước. Phật giáo Tây Tạng, đặc biệt tại Dharamshala, hiện giờ nổi tiếng thế giới với nhiều điểm đặc biệt như các hóa thân của các Lạt Ma nối tiếp tái sanh, pháp tu theo truyền thống Kim Cang Thừa Mật Tông, pháp thoại ban rải tình thương của Đức Đại Lai Lạt Ma thứ 14, Đức đại bảo pháp vương Karmapa Chenno thứ 17, nghi thức làm cát màu Mạn-đà-la, nghệ thuật tranh Thangka (vẽ trong trạng thái thiền định), tranh tượng mỹ thuật Phật và Bồ Tát Tây Tạng, vv...

*Từ trái: Sư cô Viên Nhuận, Ns TN Giới Hương,
hai vị sư Tây Tạng và Sư cô Đức Trí*

5.CHIÊM BÁI VÀ CÚNG DƯỜNG CÁC TU VIỆN TÂY TẠNG

Đến Dharamshala như một sự tìm hiểu văn hóa Phật giáo Tây Tạng, tham dự pháp hội, cúng dường ủng hộ Tam Bảo, tìm sự tịnh dưỡng, cách sống chậm để trải nghiệm sự thanh bình, trong lành, yên tĩnh nơi đầu non núi tuyết này. Tại những điểm dừng chân đặc biệt như Tu viện mật pháp Tsuglag Khang Temple (*Mcleodganj, nơi Đức Đạt Lai Lạt Ma cư trú*), Ni viện Jamyang Choling Institute of Buddhist Dialetics Nunnery, Ni viện Genden Choeling Nunnery, Chùa Kirti Monastery, Dorzong Monastic Institute, Ni viện Dongyu Gatstal Ling Nunnery, Khanpagar Institute, Stupa Temple, Palpung Sherabling Monastic, Palpung Munishasan Dharmohahra Shangha và hai chùa gần khách sạn (Himalayan Borthers) nơi chúng tôi ở là Tu viện Chime Gatsal Ling Monastery và Dolma Ling Nunnery Institute of Dielactic, vv… phái đoàn chúng tôi được duyên chiêm bái, đảnh lễ, cúng dường tịnh tài và kinh sách.

Cúng dường lên Chư Ni, Ni viện Jamyang Choling
Institute of Buddhist Dialetics

6. HIMACHAL PRADESH VỚI VẺ ĐẸP NGUYÊN SƠ

Dharamshala được thế giới biết đến là trung tâm văn hóa Phật giáo Tây Tạng với Đức Đạt-lai-lạt-ma là vị lãnh đạo tinh thần của dân Tạng, bên cạnh đó bang Himachal Pradesh (Ấn Độ) cũng nổi tiếng với quang cảnh trù phú, thiên nhiên ưu đãi với nhiều thung lũng xanh, nhiều dãy núi hùng vĩ chập chùng nối nhau xung quanh, nhiều dòng sông chảy ngoạn mục, nhiều con đường leo núi hiểm trở, nhiều tu viện yên tĩnh và nhiều khu nghỉ dưỡng thư giãn... Có nhiều điều lành mạnh và thu hút, để du khách khám phá và trải nghiệm, mang lợi ích cho thân thể và tâm linh như trượt tuyết, leo núi (trekking), chèo thuyền, nghỉ dưỡng yoga, thiền hành vào những buổi sáng mù sương trên những ngọn đồi hoang sơ, giao lưu học đạo với các Lama ở Daramkot, chiêm bái các tu viện Tây Tạng ngàn tuổi ở Tabo, Dhankar, Key (gần biên giới Kinnaur, Lahaul và Spiti), các đền Hindu và thần Devtas bộ lạc Himachal tọa lạc trên những ngọn núi với vẻ đẹp nguyên sơ huyền bí. Himachal nghĩa là 'Dev Bhoomi', vị thần Devtas ngự trị ở mỗi làng của bang Himachal Pradesh và người dân tin nhiều huyền thoại được truyền thuyết kể lại.

Bang Himachal Pradesh nói chung hay Trung tâm Phật giáo Tây Tạng Dharamshala nói riêng là một điểm nóng thu hút khách du lịch và khách chiêm bái từ nhiều nơi trên thế giới đến. Từ Delhi đến Dharamshala, dù là đường bộ, đi xe buýt đêm (*lái khoảng 9 tiếng đồng hồ, giá khoảng 2000 Rs*) hay máy bay (*mỗi ngày có 2 chuyến, giá khoảng 5000 Rs, bay khoảng 90 phút đến*), chỉ trên cung đường để đến Dharamshala, cũng mang đến cho khách chiêm bái một khung cảnh tuyệt đẹp của dãy Hi-mã-lạp-sơn phủ đầy tuyết trắng, khác với thế giới hiện đại mà chúng ta đang sống. Huống chi đến điểm đích Dharamshala, còn nhiều điểm thu hút và lợi lạc tâm linh nữa.

7. DHARAMSHALA - NGÀY ĐẦU NĂM DƯƠNG LỊCH 2024

Ngày 01 tháng 01 năm 2024, ngày đầu của năm mới. Thị trấn cổ kính Dharamshala còn rất lạnh, đường phố, chùa chiền và vạn vật im lặng trong không gian của mình để hưởng trọn ngày nghỉ yên tĩnh đầu năm. Mấy chóp núi trên đỉnh Hi-mã-lạp-sơn phủ đầy tuyết trắng và ướm hồng óng ánh khi ánh bình minh của năm mới đến. Biển mây nằm vắt vẻo ngang đỉnh núi cũng nhuốm màu vàng ửng. Hoa cỏ lá cây dại ven đường đua nhau nở, góp thêm nét đẹp cho xứ tuyết.

Để tìm hiểu về vị bồ tát tái thế Đức Đạt-lai-la-ma thứ 14 Tenzin Gyatso, văn hóa và Phật giáo Tây Tạng, việc chiêm bái hành hương Dharamshala (Ấn Độ) là một điều mà nhiều người con Phật khát khao mong chờ. Ai đang ấp ủ một chuyến hành hương đến vùng đất linh thiêng Dharamshala thì đây là nơi nên đi, để tịnh tâm, nghỉ dưỡng tốt sau những năm tháng tất bật bận rộn của công việc và của thế giới công nghệ hiện đại.

Dharamshala, một biểu trưng cho văn hóa, kiến trúc, đời sống của người Tạng đã đóng góp rất nhiều cho Phật giáo trong thế giới hiện đại và cho văn hóa đại chúng.

Sương mù cao nguyen Dharamshala,

Ngày 01/01/2024

Kính ghi,

Thích Nữ Giới Hương

huongsentemple@gmail.com

Kiến trúc mặt tiền Chùa Khanpagar Institute

PHỤ LỤC

LỄ TƯỞNG NIỆM NGÀY PHẬT THÀNH ĐẠO
TẠI BỒ-ĐỀ-ĐẠO-TRÀNG, ẤN-ĐỘ

Thích Nữ Giới Hương

Bồ-đề-đạo-tràng, Ấn độ, vào cuối năm 2023 và đầu năm 2024 rất rộn rịp với nhiều sự kiện Phật giáo quan trọng như Đức Đạt Lai Lạt Ma về thuyết giảng ba tuần (*từ ngày 29/12/2023-20/01/2024*),[6] Lễ Vía Phật Thích Ca Thành Đạo (*do Hội Công Đức Phật Giáo Thế Giới, World Buddhist Merit Society, tổ chức tại Bồ-đề-đạo-tràng vào ngày 17/01/2024*)[7] và Hội

---

6. https://dalailama.com/live
7. https://huongsentemple.com/index.php/vn/phat-phap/nghi-le/8414-phat-thanh-dao

Trùng Tụng Tam Tạng Pali (*tại Bồ-đề-đạo-tràng, ngày 2-12/12/2023*).[8] Trong bài viết này xin được giới thiệu Đại Lễ Vía Phật Thích Ca Thành Đạo.

Tại Cung Văn Hóa Mahabodhi (*Mahabodhi Cultural Center*), Bồ-đề-đạo-tràng, bang Bihar, khoảng hơn 2000 Tăng ni và các quan khách từ các nước Taiwain, Malaysia, Tây-tạng, Ấn-độ, Việt-nam, Bangladesh, Nhật bản, Singapore, Tích Lan, Thái Lan, Lào, Cam-phu-chia, Hoa Kỳ, Canada, vv... về tham dự. Về phía Việt Nam, có Thượng tọa Thích Tánh Tuệ (*Hoa Kỳ*),

---

8. Hội Trùng Tụng Tam Tạng Pali (tại Bồ-đề-đạo-tràng, miền Bắc Ấn Độ, ngày 2-12/12/2023) – Thích Nữ Giới Hương: có bài viết riêng. Xin mời xem ở website:
https://huongsentemple.com/index.php/vn/ung-dung/ng-a-i-hay-via-c-hay/8365-tam-tang-pali

Ni Sư Thích Nữ Giới Hương (*Trụ trì Chùa Hương Sen, California, Hoa Kỳ*), Ni sư Nhuận Lý (*Trụ trì Chùa Taiwan tại Bồ-đề-đạo-tràng*), Sư cô Trí Hân (*Chùa Linh Sơn, Bồ-đề-đạo-tràng*) cùng nhiều chư tôn đức Tăng Ni đến tham dự.

Đại lễ Vía Phật Thành Đạo (*World Mahayana Buddhism Congratulates the Buddha's Holy Day of Enlightenment*) vào ngày 17/01/2024 (nhằm mồng 7 tháng 12 âm lịch, *Phật lịch 2567*) tại Cung Văn Hóa, Bồ-đề-đạo-tràng, Ấn Độ, do Hòa thượng Taiwan Thích Đạo Quả làm trưởng ban tổ chức và Hòa thượng Taiwan Thích Bồ Đề làm phó ban và do Hội Công Đức Phật Giáo Thế Giới (*World Buddhist Merit Society, Taiwan*), Hội Quang Minh Đại Đạo (*Guang Minh Da Dao Association, Malaysia*) và hội Cư Sĩ Phật tử Taiwan (*Taiwan Buddhist Group*) đồng tổ chức.

Chương trình được bắt đầu bằng niệm Bổn Sư Phật ba lần, rồi chiếu phim về lịch sử Đức Phật Thích Ca, lịch sử Phật giáo tại Ấn Độ truyền bá sang các nước khác, cuộc đời các pháp sư Huyền Trang, Pháp Hiền, Nghĩa Tịnh... cống hiến cho Phật giáo và đến nay thế kỷ XXI, Phật giáo ngày càng phát triển. Hiện nay, nhiều nước trên thế giới về Bồ-đề-đạo-tràng xây dựng đạo tràng, học viện, trường thiền, cơ sở từ thiện... và Bồ-đề-đạo-tràng, nơi Đức Phật giác ngộ, đã trở thành trung tâm Phật giáo cho toàn cầu thế giới.

Hội trường Lễ Phật Thành Đạo tại Cung Văn Hóa

Ngày hôm nay, tất cả người con Phật từ các nơi tụ hội về Cung Văn Hóa làm lễ cảm niệm ân đức sâu dày của Đức Phật Thích Ca Mâu Ni chứng đạo quả Vô Thượng Bồ Đề, mang thông điệp hạnh phúc và giải thoát cho nhân loại, mở ra con đường thoát khỏi khổ đau, luân hồi sinh tử là một món quà quý giá đặc biệt hết sức ý nghĩa Đức Phật đã ban cho chúng ta.

Trước khi thành đạo, ngài vốn là một vị bồ tát trải qua ba a-tăng-kỳ kiếp hành Bồ Tát đạo, tu tập mười ba-la-mật, hy sinh thân mạng, thời gian, sức khỏe tận lòng hướng dẫn chúng sanh, rời xa đường khổ, quay về chánh pháp.

Công đầy quả mãn, kiếp cuối cùng là một thái tử Sĩ-Đạt-Đa, ngài từ bỏ cung vàng điện ngọc, để tìm con đường thoát khỏi sanh già bịnh chết cho mọi chúng sanh. Sáu năm khổ hạnh rừng già, cuối cùng bồ tát Cồ-Đàm nhận ra, khổ hạnh chỉ làm thân xác đau đớn, chứ không đưa đến giác ngộ. Cuối cùng, ngài nhận ra chỉ có con đường trung đạo, không quá cực đoan thọ hưởng vật chất hay không quá khổ hạnh hủy hoại cơ thể, rồi ngài nhận bát cháo sữa của nàng thôn nữ Sujata để thân khỏe có sức sống tìm chánh đạo. Sau đó, ngài thả bình bát nổi trên dòng sông Ni-liên-thiền và lập đại nguyện rằng, nếu chưa giác ngộ thì ngài kiên quyết thà chết, chứ không đứng lên, nếu đúng như vậy, xin cho bình bát trôi ngược dòng sông. Và tâm thành của ngài đã ứng nghiệm khiến bình bát trôi ngược dòng sông. Thật là một sự kiện hy hữu.

Như một ấn chứng vững mạnh về lòng tin, bồ-tát Cồ Đàm từ từ bước vào các trạng thái thiền định, liên tục trong 49 ngày. Dưới cội cây Bồ Đề, ngài đã chiến thắng các ma vương, ma nữ, biểu tượng của lòng tham ái (*tanha*), sân hận (*arati*) và si mê (*raga*). Ngài chứng ngộ lý Duyên Khởi, 12 khoen nhân duyên (Pratītyasamutpāda)[9] đã trói buộc chúng sanh vào vòng sanh tử luân hồi từ vô thủy kiếp đến nay. Chặt một khoen thì các khoen kia dừng lại. Chân lý Duyên Khởi này đã có sẵn và ngài đã chứng nghiệm được chân lý ấy, và trở thành Đức Phật, bậc giác ngộ, với đầy đủ mười đức hiệu như sau Như Lai, Ứng Cúng, Chánh Biến Tri, Minh Hạnh Túc, Thiện Thệ, Thế Gian Giải, Vô Thượng Sĩ, Điều Ngự Trượng Phu, Thiên Nhơn Sư, Phật-Thế Tôn. Quá an lạc và vui mừng, ngài thốt lên đầy cảm xúc rằng:

"Xuyên qua nhiều kiếp sống.

Như Lai thênh thang đi trong vòng luân hồi để tìm,

nhưng không gặp, người thợ cất nhà này.

---

9. Lý Duyên Khởi (Mười hai nhân duyên, Pratītyasamutpāda): Vô minh, Hành, Thức, Danh sắc, Lục nhập, Xúc, Thọ, Ái, Thủ, Hữu, Sinh và Lão tử.

Phiền muộn thay, đời sống triền miên tái diễn.

Này hỡi người thợ làm nhà! Người đã bị bắt gặp.

Ngươi không còn cất nhà nữa. Tất cả rui mè của ngươi đã gãy.

Cây đòn dông của người cũng bị phá tan.

Tâm của Như Lai đã thành đạt trạng thái vô lậu.

Mọi ái dục đã hoàn toàn chấm dứt.

(Kinh Pháp Cú)[10]

Toàn cảnh Tăng Ni Việt Nam tụng kinh

---

10. Kinh Pháp Cú: https://www.budsas.org/uni/u-kinh-phapcu-ev/pkk-11.htm

CHÍ TÂM ĐẢNH LỄ

1. A tăng kỳ kiếp, thương xót chúng sinh, phát tâm Bồ Đề, hành Bồ Tát đạo, cầu thành Phật quả.

2. Hiện hưởng dục lạc, chán cảnh Vô thường, dạo chơi bốn phương, thương đời đau khổ, nửa đêm vượt thành, xuất gia tìm đạo, tóc xanh cắt bỏ, núi tuyết tu hành.

3. Trí tuệ siêu việt, cùng sự chuyên cần, năm năm tầm sư học đạo, chuyên cần y giáo, chứng đạt tầng thiền, phi phi tưởng xứ.

4. Khổ hạnh thắng lâm, âm thầm chuyên tu, hành thân cực khổ, ngày ăn một hạt, chỉ đậu hoặc mè, nước uống cũng thế, chỉ vài giọt sương, mùa đông tuyết rơi, ở ngoài trời lạnh, mùa hè nắng cháy, ở bãi tha ma, dùng gậy hoặc roi, quất vào thân thể, khổ hạnh tột cùng, không ai sánh kịp.

5. Bồ Tát thọ bát cháo sữa, của nàng Su-gia-ta, từ bỏ khổ hạnh cực đoan, trở về con đường trung đạo, thiền định tư duy, quyết thành Chánh Giác.

6. Bó cỏ Ku-sa, kết thành tòa báu, phát lời thề nguyện, dù máu khô cạn, chỉ còn gân xương, quyết không rời bỏ, tòa cỏ Ku-sa, nếu chưa đắc thành, quả Phật tối thượng.

7. Dưới cội Bồ Đề, ở đêm bốn chín, vừa qua canh một, hàng phục ma quân, chứng *Túc Mạng Minh*, thấy rõ chúng sinh, trầm luân đau khổ.

8. Dưới cội Bồ Đề, ở đêm bốn chín, đến canh thứ hai, chứng *Thiên Nhãn Minh*, thấy khắp thế giới và các chúng sinh, ở khắp mười phương, không

hề ngăn ngại.

9. Dưới cội Bồ Đề, ở đêm bốn chín, đến canh thứ ba, thấy rõ sự khổ, nguyên nhân khổ đau và sự chấm dứt, cũng như con đường, đưa đến diệt khổ, thành tựu giác ngộ, diệt hết phiền não, ô nhiễm khổ đau, chứng *Lậu Tận Minh.*

10. Dưới cội Bồ Đề, cuối đêm bốn chín, chân tính rạng ngời, thấy ánh Sao Mai, thành Bồ Đề đạo.

11. Giáo Pháp bất tử, là tứ thánh đế, thánh đạo tám ngành, cứu vớt chúng sinh, vượt qua biển khổ.

Nam mô Bổn Sư Thích Ca Mâu Ni Phật!

Tăng Ni Việt Nam tụng Đại Bi và Bát Nhã cúng dường

Cả hội trường hơn 2000 tăng ni đều im lặng thành kính khi tưởng niệm về đấng Từ phụ chung của nhân loại và rất đảnh lễ tri ân bậc giác ngộ đã cứu khổ chúng sanh.

Chương trình điều hợp trang nghiêm, long trọng, uyển chuyển xen kẽ giữa tụng kinh của các nước là lễ dâng lục cúng hay đọc diễn văn, chiếu phim hoạt động của hội, vv... Ngôn ngữ chính là tiếng Anh và Hoa. Có hai MC tiếng Anh (người Mã Lai) và cô MC tiếng Hoa (người Taiwan) dẫn chương trình rất hài hòa. Dù tiếng Anh và Hoa là hai ngôn ngữ chính cho đại lễ, tuy nhiên khi chư tăng của mỗi nước lên tụng kinh thì tụng theo ngôn ngữ và nghi lễ của nước mình.

Nước chủ nhà Ấn Độ được mời lên sân khấu tụng đầu tiên, sau đó là lễ dâng ngũ quả (*hoa, hương, trà, bánh, đèn*) rất trang nghiêm do khoảng 30 vị cư sĩ của nước Taiwan và Mã-lai thực hiện. Rồi đến Chư tôn thiền đức Tăng Ni Taiwan lên tụng kinh Đại thừa, Tăng Ni Việt Nam tụng Đại Bi, Bát Nhã và cuối cùng là Chư Tăng Tây Tạng tụng kinh tiếng Tạng.

Một cư sĩ nam đại điện cho Hội Từ Tế do Sư bà Chứng Nghiêm thành lập lên khán đài, xin chuyển lời chào của sư bà đến hội chúng và cho biết buổi cơm trưa hôm nay cúng dường 2000 chư tôn đức tăng ni là do Sư bà và Hội Từ Tế cúng dường (mọi người vỗ tay tri ân). Nhân dịp này, cư sĩ cũng cho chiếu trên màn hình các hoạt động thiện nguyện của hội Từ Tế và cuối cùng sư bà khuyến khích mọi người ăn chay vì mỗi ngày có hàng triệu súc vật bị giết không thương xót để làm món ăn nô lệ khẩu vị cho con người. Tiếp theo là Hòa thượng Giáo sư M. Sheevali (quốc tịch Canada, gốc Tích Lan) lên ban đạo từ và mục kế tiếp là màn hình chiếu phim giới thiệu ba hội tổ chức đã có đóng góp lớn cho Phật giáo ở Taiwain, Malaysia, Ấn Độ và nhiều nước trên thế giới như Hội Công Đức Phật Giáo Thế Giới (*World Buddhist Merit Society, Taiwan*) đã làm thiện nguyện, cứu trợ, phát chẩn, cứu đói (food aids, relief aids, charity...) rất nhiều nơi, nhất là khi bị thiên tai, lũ lụt, động đất. Hội đã hoạt động từ thiện từ những năm 2018 cho đến nay ở các nước như Tích Lan, Thái Lan, Bangladesh, Pakistan, Syria, Turkey... Hội Quang Minh Đại Đạo (*Guang Minh Da Dao Association, Malaysia*) và hội Cư Sĩ Phật tử Taiwan (*Taiwan Buddhist Group*) cũng vậy, đã góp tay vào giúp đỡ những hoàn cảnh khó khăn. Ban tổ chức cũng không quên chiếu màn hình cho thấy cư sĩ nam nữ Phật tử phát tâm cúng dường tịnh tài cho từng chư tôn đức tăng ni tham dự lễ Tưởng niệm Phật Thành Đạo này. Hòa thượng Thích Đạo Quả lên khán đài tụng kinh Phật Thành Đạo bằng tiếng Phạn trong lúc đó ban tổ chức thành kính cúng dường tịnh tài lên đại tăng và mời tất cả dùng cơm trưa (thực phẩm chay Ấn Độ) tại nhà hàng khách sạn Anand International Hotel (đối diện cung Văn Hóa).

Hòa thượng Thích Đạo Quả đang tụng kinh tiếng Phạn, và Ni sư TN Giới Hương chấp tay lắng nghe

Cuối cùng, Hòa thượng Thích Đạo Quả thay mặt ban tổ chức cảm ơn Đại tăng các nước quang lâm đến tham dự và thông báo năm tới 2025 Lễ Vía Phật Thành Đạo, Phật lịch 2568, sẽ được tổ chức vào mồng 8 tháng 12 âm lịch như mọi năm, kính mời chư tôn đức Tăng ni từ các nơi về tham dự, kính chúc sức khỏe và hẹn sẽ gặp lại tất cả. Hội trường vỗ tay hoan nghênh nhiệt liệt. Ni sư Nhuận Lý cho biết Đại lễ Vía Phật Thành Đạo được tổ chức mỗi năm và năm 2024 này là lần thứ 18 cũng do Chư tôn trưởng lão Hòa thượng ở Taiwain tiếp nối tổ chức.

Từ khi Đức Phật Thích Ca giác ngộ dưới gốc cây bồ đề thiêng, thì Bồ-đề-đạo-tràng, tiểu bang Bihar, Ấn Độ, trở thành thánh địa thiêng liêng nhất thế giới. Vì vậy, việc tổ chức ngày lễ Phật thành đạo tại đất thiêng Bồ-đề-đạo-tràng là một việc rất có ý nghĩa và Hội Công Đức Phật Giáo Thế Giới đã đại lao đại chúng đứng ra tổ chức hàng năm rất quy mô trang nghiêm và đầy ý nghĩa. Thật là công đức vô lượng khó thể nghĩa bàn.

Nam Mô Hoan Hỉ Tạng Công Đức Lâm
Bồ Tát Ma-ha-tát.

Nam mô Hiện tọa Đạo tràng, Sa bà giáo chủ, đạo sư ba cõi, từ Phụ muôn loài,

Bổn Sư Thích Ca Mâu Ni Phật tác đại chứng minh.

Bồ-đề-đạo-tràng, Ấn Độ, ngày 18/01/2024
Kính tường,
Thích Nữ Giới Hương
Huongsentemple@gmail.com

*Ni sư TN Nhuận Lý (áo nâu) và Ni sư TN Giới Hương
(cạnh bên phải) và quý Sư cô ở mặt trước Cung Văn Hóa*

PART II

DHARAMSHALA - PILGRIMAGE TO THE SACRED PLATEAU IN INDIA

Bhikṣuṇī TN Gioi Huong

Pilgrimaging to the Indian sacred land in conjunction with the Pali Tripitaka Chanting Association (*in Bodh Gaya, December 2-12, 2023)*[11], experiencing the Vipassana meditation course at Dhamma Bodhi Center (*in Bodh Gaya, December 15-26, 2023)*[12], visiting Dharamshala, the capital of

11. The Pali Tripitaka Chanting Association (in Bodh Gaya, Northern India, December 2-12, 2023) - Bhikṣuṇī TN Gioi Huong: has its own article. Please see the website:

https://huongsentemple.com/index.php/vn/ung-dung/ng-ai-hay-via-c-hay/8365-tam-tang-pali

12. Vipassana meditation course at Dhamma Bodhi Center (in Bodh Gaya, December 15-26, 2023) : has written a separate book about Vipas-

Vajrayana Buddhism (*December 27, 2023 - January 2, 2024)* and attending the Enlightenment Ceremony of Shakyamuni Buddha (*held by the World Buddhist Merit Society in Bodh Gaya on January 17, 2024)*[13] are unforgettable memories and good impressions at the end of 2023 and the beginning of this new year 2024 of our group including Bhante Buddha Ratna (Indian), Ven. Bhikṣuṇī Gioi Huong and my disciples, Bhikṣuṇī Vien Nhuan and Bhikṣuṇī Duc Tri.

From left: Bhante Ratna, Bhikṣuṇī Vien Nhuan, Tibetan Lama, Ven. Bhikṣuṇī Gioi Huong and Bhikṣuṇī Duc Tri

sana. Please see:
https://huongsentemple.com/index.php/vn/lanh-sach/tu-sach-bao-anh-lac
13. Buddha Shakyamuni's Enlightenment Ceremony (organized by the World Buddhist Merit Society in Bodh Gaya on January 17, 2024): has a separate article. Please see the website:
https://huongsentemple.com/index.php/vn/phat-phap/nghi-le

If Bodh Gaya in Bihar, where the Buddha attained enlightenment, is located in Northern India, then Dharamshala, small Tibetan Lhasa, is located on the Mcleod Ganj plateau, in the state of Himachal Pradesh, Northeast India. These are two pilgrimage places that spiritualists around the world always come to.

1. HIS HOLINESS 14TH DALAI LAMA, TENZIN GYATSO

His Holiness the 14th Dalai Lama, Tenzin Gyatso is a saint in life, a teacher for all those who meet and admire him. He is wise, gentle, simple, and friendly to everyone, regardless of the distinction between a close or normal relationship. When preaching, he often uses words and speeches that are easy to understand in life but profound, arousing love and understanding for his listeners and audiences, so that all followers can enjoy the Dharma and lead a wholesome life. His Dharma talks have been translated into many languages around the world for dissemination. He is honored as a saint of humanity, not just the Tibetan people. Our Buddhism is proud to have two living saints, two great figures with global influence; namely, the 14th Dalai Lama Tenzin Gyatso, and the Zen Master Nhat Hanh.

The Indian government, especially Jawaharlal Nehru, the first Prime Minister of India, very generously donated this peaceful mountain Dharamshala to His Holiness the Dalai Lama, who is the exiled Tibetan spiritual leader, and His 80,000 residents who have lived from 1959[14] until now. From that time on, the place became the Tibetan central capital of the culture, economy, politics, education, and religion.

As the days pass, with the radiating virtue and kindness of the leading teacher along with the pure sacred air of the Himalayan snowy mountains, Dharamshala attracts more and more people, from many classes, from many backgrounds, many tourists from around the world such as America, Australia, Asia, Africa, Australia and even Indians of this country come here to practice, attend Dharma conferences, learn Tibetan, recite Tantra and learn about the sacred spiritual life on the snowy mountains of Dharamshala.

Panoramic view of Dharamshala from Tsuglag Khang Monastery

---

14.   https://www.google.com/search?client=firefox-bd&q=When+Dat-lai+Lama+stay+in+Dharamshala

The Holiness Dalai Lama is considered the supreme spiritual leader and most powerful protector of the Tibetan people. This year he is 90 years old (born in 1935). Over the past 60 years, he has traveled all over the world, all over the five continents and four seas, to share the message of a fair society, and a prosperous and happy life for all people, where there is no war or violence. The Nobel Peace Prize in 1989 was awarded to Him: "For advocating peaceful solutions based upon tolerance and mutual respect to preserve the historical and cultural heritage of his people".[15]

2. DHARAMSHALA PLATEAU CITY

Located in the Kangra Valley in the Himalayas, the 1,800-meter-high city of Dharamshala is covered with forests of pine, oak , and towering old trees.

Dharamshala is divided into two parts: the mountainous (upper) part is the city of Mcleod Ganj, where the Dalai Lama and about 10,000 Tibetan exiles live, as a Little Lhasa in Tibet. The lower part of the mountain is the Kotwali Bazar area and surrounding areas, where the Himachal Indians and many other ethnic groups live. Dharamshala also became a "United States" with many languages spoken such as Tibetan, local tribal dialects of Himachal, Hindi, English, Vietnamese, Chinese, German, French, Spanish, etc.

At the height of 1,800 meters, travel becomes difficult, and the roads are narrow and zigzag but Dharamshala has a very solid and large-scale infrastructure.

15. https://www.nobelprize.org/prizes/peace/1989/summary/

Monasteries, hotels, clinics, and restaurants, have free wifi, full of electricity and hot water, and have very modern amenities. Even today there is a cable car called Dharamshala Skyway, from the foot of the mountain (lower) to the top of the mountain (upper Dharamshala) right to the crowded town of Mcleodganj and Tsuglag Khang monastery, where the 14th Dalai Lama is residing. The 1.8km long cable car route takes visitors from the foot of the mountain to the top, reaching Mcleodganj in just 5 minutes. There are 18 cable cars (Gondola), each can accommodate 10 passengers, two cable stations, and 10 towers. The price for each route is 300 Rs. Two rounds are 600 Rs. It is very fast and convenient for tourists, which can help them shorten the difficult path to the mountain, shorten the time, and look at the beautiful views of Dharamshala mountain and surrounding areas in the distance in the mist.

Dhamasala Skyway cable car

The zigzag mountainous roads with sharp turns are only about 4 meters wide and in some places are only 3 meters wide. Mountainous drivers are very good at driving and maneuvering skillfully. When there is a car coming from the opposite direction, stay on one side of the road and quietly yield, do not argue, jostle, or compete. Many cars worship images of the Buddha and the Holiness Dalai Lama in front of their car. Drivers also influence the meditative atmosphere in Dharamshala Mountain, so when driving, they are very calm, quiet, patient, and concentrated.

Tibetan food is a blend of the styles and spices of Tibet, Nepal, and India, creating special flavors such as Tudkiya Bhath, Akotri, Kullu Trout, Chha Gosht, and Dham. Particularly Tibetan vegetarian foods such as steamed rice, fried rice, Thenthuk soup (like Vietnamese noodle soup), curry cheese, momo cake, cheese (usually from yak or goat milk), salad, butter, yogurt, bread, chapati, etc. are also edible. Particularly fruits, vegetables, beans, and flowers are always fresh because of the cold air. Very fragrant, soft, and sweet golden apples are a specialty of this state of Himachal Pradesh.

Dharamshala has main roads such as from the bus station, there is Temple Road to Tsuglag Khang Monastery - the residence of His Holiness the Dalai Lama, Tipa Road to Dharamkot - Vipassana meditation center, Dharamshala Road to Dharamkot - Vipassana meditation center, Bhagsunath Road to the small waterfall and Jogibara Road leading to many shops, hostels, and streets...

*From left: Ven. Bhikṣuṇī Gioi Huong,
Bhante Buddha Ratna, Bhikṣuṇī Vien Nhuan and
Bhikṣuṇī Duc Tri at Dongyu Gatsal Ling Nunnery*

3. TIBETAN BUDDHISM

Dharamshala is a rest area for religious pilgrims. Because Buddhism is the main religion of Tibet, *so looking the town of* Mcleod Ganj, along the road to the highland city of Dharamshala, residential areas, streets, hostels, shops, village markets, temples..., there are the green, yellow, white, and colorful Tibetan Buddhist flags seen everywhere are fluttering in the spring breeze. Outside the monastery yard, there is often a bell tower with many round tubular bells engraved with the Om mani mantra in Tibetan characters, allowing Buddhists to touch and spin to pray. The architecture of temples and monasteries all bear the marks of the culture, architecture, and life of the Tibetan people. There are many Buddhist temples on mountain slopes, pine forests, and hillsides, and even in small winding alleys, there are large and magnificent monasteries. There were Tibetan monks in customs of many dark red robes walking back and forth, mixed among the people and tourists, appearing loomingly in the middle of the hill road. Along the streets and alleys, monks, Buddhists, and tourists wear bracelets, necklaces, and rosaries in their hands, reciting Buddha's name, mingling with the sounds of Tibetan chanting coming from monasteries or people's houses. As a Tibetan monk at Chime Gatsal Ling Monastery explained the meaning of a regular chant:

PRAISE THE Dharma Realm

(Dharmadhatustotra)

(Choying Toepa in Tibetan)

The sun in Buddha's hand

Glowing transparent jade

The dharma body is untainted

In the sea of wisdom

Like many precious gems

Giving empowerment to people...

The scenery of people, animals, and nature in Dharamshala is truly peaceful, sincere, rustic, and simple like a temple village, a place of pure meditation on this foggy and cold windy Dharamshala mountain.

Tibetan Buddhist Institute

4. TSUGLAG KHANG MONASTERY - RESIDENCE OF HIS HOLINESS THE DALAI LAMA

Located on the peak of upper Dharamshala, the busiest and most crowded place in Mcleodganj town, the Tsuglag Khang Monastery is the place where the supreme spiritual leader of the Tibetan people, the 14th Dalai Lama resides. Every time during a Dharma conference or his meeting, security was strictly controlled, as if visiting a top VIP figure. Cell phones, cameras, and handbags were all deposited outside. Foreigners must show visas and passports. Local Tibetans or Indians also present their ID. Even when entering the Palpung Sherabling Monastic Monastery, the same strict requirements are applied. The security management police asked very carefully to make a record of the visitor's name and phone number so that if anything happens, the police will contact them.

Tsuglag Khang Monastery has two or three floors, high and low according to the mountain position. In front of the monastery is a large yard for the Dharma conferences. From the gate, on the right side is the room for distributing Buddhist scriptures, next to it is the library and reception office. In the library, there are many Thanka canvas paintings, statues of Buddha, Bodhisattva, and saints according to Tibetan religious art, many vajra vases, and ritual objects of all kinds made of gold, silver, and bronze. These are special cultural and artistic characteristics of the Tibetan people.

The main hall of Tsuglag Khang Monastery, and the Dharma throne, where the Dalai Lama often preaches

After walking straight through the entrance and climbing the stairs, visitors reach the ancestral house and main hall on the upper floor. The main hall has a gilded Buddha statue placed on a high pedestal. In front of it, there is the Dharma throne, where the Dalai Lama sits to give the Dharma talks. On the left and right of the temple are Bodhisattva Manjushri and Avalokiteshvara. In front of the main hall is a large courtyard for Buddhists to sit and listen to the Dharma talks, with the televisions showing outside. Next, there are rows of bells engraved with dharma wheels, allowing Buddhists to pray and push the bells to roll around.

The ancestral hall worships the body of the Holy Master of the previous 13th Dalai Lama. Tibetan Buddhism, especially in Dharamshala, is nowadays world-famous for its many special features such as reincarnations of successive lamas, practical methods in the Vajrayana Tantric tradition, and Dharma talks of wide-spreading loving kindness of the 14th Dalai Lama, the 17th Great Dharma King Karmapa Chenno, the ritual of making mandala colored sand, the art of Thangka painting (drawn in a state of meditation), the art of Buddha statues and Tibetan Bodhisattva, etc...

From left: Bhikṣuṇī Vien Nhuan, Ven. Bhikṣuṇī Gioi Huong, two Tibetan Lamas, and Bhikṣuṇī Duc Tri

5. VISIT AND OFFER TO TIBETAN MONASTERIES

Visiting Dharamshala likes as a way to learn about Tibetan Buddhist culture, attend dharma conferences, make offerings to support the Three Jewels, find a rest for peace, and a slow way of living to experience the peace, freshness, and quiet at the top of the snowy mountain. At special stops such as Tsuglag Khang

Temple (*Mcleodganj, where His Holiness the Dalai Lama resides*), Jamyang Choling Institute of Buddhist Dialectics Nunnery, Genden Choeling Nunnery, Kirti Monastery, Dorzong Monastic Institute, Dongyu Gatstal Ling Nunnery, Khanpagar Institute, Stupa Temple, Palpung Sherabling Monastic, Palpung Munishasan Dharmohahra Shanghai and two temples near the hotel (Himalayan Brothers) where we were staying were Chime Gatsal Ling Monastery and Dolma Ling Nunnery Institute of Dielactic, etc. Our delegation had the good opportunity to worship, pay respects, and make offerings of money and scriptures.

Tibetan Nuns holding the offered books at Jamyang Choling Dialectics Nunnery

6. HIMACHAL PRADESH
WITH THE PRISTINE BEAUTY

Dharamshala is the well-known to the world as the cultural center of Tibetan Buddhism with His Holiness the Dalai Lama as the spiritual leader of the Tibetan people. Besides, the state of Himachal Pradesh (India) is also famous for its prosperous scenery, blessed nature with many green valleys, many majestic mountain ranges connecting each other around, many spectacular rivers, dangerous mountain climbing paths, many quiet monasteries, and many relaxing resorts ... There are many healthy and attractive things for visitors to explore and experience, bringing physical and mental benefits such as skiing snow, climbing mountain (trekking), boating, practicing yoga, relaxing resorts, walking meditation on misty mornings in the wild hills, interacting to learn the Dharma with Lamas in Daramkot, visiting and admiring thousand-year-old Tibetan monasteries in Tabo, Dhankar, Key (near the borders of Kinnaur, Lahaul, and Spiti), Hindu temples and the Devatas of the Himachal tribal located on mountains with mysterious and pristine beauty. Himachal means 'Dev Bhoomi', Devatas reign in every village of Himachal Pradesh, and people believe many sacred stories told by legends.

The state of Himachal Pradesh in general and the Dharamshala Tibetan Buddhist Center in particular is a hot spot attracting tourists and worshipers from many parts of the world. From Delhi to Dharamshala, whether by road or by bus at night (*taking about 9 hours, its price is about 2000 Rs)* or by plane (*2 flights a day, its price is about 5000 Rs, flying about 90 minutes*), just focusing on the way to Dharamshala, also shows guests who can admire a beautiful scene of the Himalayas covered with white snow, different from the modern world in which we live. What's more, when visitors reach the destination of Dharamshala, they discover many more attractions and get spiritual benefits for them.

7. DHARAMSHALA - FIRST DAY OF THE CALENDAR YEAR 2024

January 1, 2024, is the first day of the new year. The Dharamshala plateau is still very cold, the streets, temples, and everything are silent in their space to enjoy the quiet day off at the beginning of the year. Several mountain peaks on the top of the Himalayas are full of white snow and sparkling pink when the dawn of the new year comes. The sea of clouds lying across the top of the mountain is also tinted yellow. Wildflowers and trees along the road are blooming, adding much beauty to the snowy land.

To learn about the reincarnated bodhisattva His Holiness the 14th Dalai Lama Tenzin Gyatso, Tibetan culture, and Buddhism, the pilgrimage to Dharamshala (India) is something that many Buddhists desire to do. For those who have been planning a pilgrimage to the Dharamshala sacred land, this is the place where they should go to calm their mind and relax after busy years with work and with the modern technological world.

Dharamshala, a symbol of the culture, architecture, and religious life of the Tibetan people who contributed a lot to Buddhism in the modern world and the popular culture.

Fog in Dharamshala plateau, January 1, 2024

Respectfully,

Bhikṣuṇī TN Gioi Huong

huongsentemple@gmail.com

The Tibetan architecture of Khanpagar Institute

APPENDIX 1

COMMEMORATIVE CEREMONY OF THE ENLIGHTENED BUDDHA DAY
AT BODH GAYA, INDIA

Bhikṣuṇī TN Giới Hương

Bodh Gaya was bustling with numerous significant Buddhist events at the end of 2023 and continuing through beginning of 2024. These included the three-week Dharma teachings by *His Holiness*, the *14th Dalai Lama* (December 29, 2023 - January 20, 2024)[16], the *Celebration of the Enlightened Buddha Day* (organized by the *World Buddhist Merit Society* at the Bodh Gaya

---

16. https://dalailama.com/live

Monastery on January 17, 2024)[17], and the *Pali Triptaka Recitation Ceremony* (December 2-12, 2023)[18]. This article aims to introduce *the Grand Celebration of the Enlightened Buddha Day.*

MahaBodhi Stupa,
where the Buddha achieved Enlightenment

Within the state of Bihar, the Mahabodhi Cultural Centre in Bodh Gaya, welcomed more than 2000 monks and distinguished guests from various countries including Taiwan, Malaysia, Tibet, India, Vietnam,

17. https://huongsentemple.com/index.php/en/223-buddhist-rituals/8515-enlightened-day-tngioi-huong
18. https://huongsentemple.com/index.php/en/about-us/activities/8513-chanitng-tripitaka-Bodh Gaya

Bangladesh, Japan, Singapore, Sri Lanka, Thailand, Laos, Cambodia, the United States, and Canada and encourages many others to gather in participation. From Vietnam, the notable attendees included Venerable Thich Tánh Tuệ (from the United States), Bhikṣuṇī TN Giới Hương (Abbess of Hương Sen Temple, California, USA), Bhikṣuṇī TN Nhuận Lý (Abbess of Taiwan Monastery at Bodh Gaya), and Bhikṣuṇī TN Trí Hân (Linh Sơn Temple, Bodh Gaya), along with many venerable Việt Nam monks and nuns.

The *Grand Celebration of the Buddha's Enlightenment Day* took place on January 17, 2024 (the 7th day of the 12th lunar month, Buddhist calendar 2567) at the Mahabodhi Cultural Centre in Bodh Gaya, India. The event was organized by the Most Venerable Thích Đạo Quả from Taiwan as the head of the organizing committee and Venerable Thích Bồ Đề as the deputy head. The *World Buddhist Merit Society* (Taiwan), *Guang Minh Da Dao Association* (Malaysia), and the *Taiwan Buddhist Group* collaborated to host this significant occasion.

The program began with the chanting of the Buddha Shakyamuni's name three times, followed by a screening of a film portraying the history of Lord Buddha Shakyamuni and the spread of Buddhism from India to other countries. The documentary also explored the life stories of eminent monastics such as the Great Master Hsuan Tzang, Fa Hsien, and I-Jing, who devoted themselves to Buddhism. Their contributions have played a significant role in the development of Buddhism, continuing into the 21st century. Presently, numerous countries worldwide are establishing monasteries, academies, meditation centers, charitable foundations, and many more facilities dedicated to Buddhism. Since then, the Bodh Gaya, where Lord Buddha attained enlightenment, has emerged as a global Buddhist center.

Celebration of the Enlightened Buddha at the Mahabodhi Cultural Centre

Today, followers of Buddhism from various places gather at the Mahabodhi Cultural Centre to participate in a ceremony commemorating the profound grace of Lord Buddha Shakyamuni, who realized the ultimate enlightenment under the Bodhi tree. This sacred occasion carries the message of happiness and liberation for humanity, offering a precious and meaningful gift from Lord Buddha – a pathway to be free from suffering and the cycle of birth and death. This gift is a profound blessing bestowed upon us by the Buddha.

Before attaining enlightenment, he was originally a bodhisattva who underwent three great eons practicing the Bodhisattva path, cultivating the ten perfections (Pāramitā), sacrificing his body, time, and health wholeheartedly to guide sentient beings, steering them away from suffering and leading them back to the path of righteousness.

Completing numerous virtuous deeds, as the final life of a Prince Siddhartha, he renounced the luxurious palace life in pursuit of a path that could liberate all sentient beings from the cycle of birth, aging, illness, and death. Enduring six years of ascetic practices in the forest, the Bodhisattva Gautama realized that extreme austerities only caused physical pain and did not lead to enlightenment. Ultimately, he understood the Middle Way – avoiding both extreme indulgence in material pleasures and severe asceticism that harms the body. The Bodhisattva then accepted a bowl of milk rice from the village girl, Sujata, recognizing the importance of maintaining a healthy body for the pursuit of the true path.

Later, he released the bowl into the Nairañjana River, making a firm vow that if enlightenment was not attained, he would prefer death rather than abandon his quest. True to his determination, the bowl floated upstream, defying the natural flow of the river—a miraculous event confirming the sincerity of his resolve.

As a powerful testament to unwavering faith, Bodhisattva Siddhartha gradually entered meditative states continuously for 49 days. Under the Bodhi tree, he triumphed over the temptations posed by Mara, the embodiment of craving (tanha), aversion (arati), and delusion (raga). He realized the law of Dependent-origination, the twelve links of causation[19] that bind sentient beings in the cycle of birth and death since time immemorial. By cutting one chain link, the others ceased to operate. This profound truth of Dependent-origination was inherent, and he experientially verified this truth leading to the attainment of Buddhahood with the full realization of the ten powers: Omniscience, Unobstructed Knowledge, Perfect Wisdom, Boundless Virtue, Effortlessness, Mastery over Realms, Immeasurable Compassion, Skillful Means, Unwavering Resolute Will, and Taming the Unshakable. Overflowing with joy and tranquility, he exclaimed with profound emotion:

"O builder of this house! You have been seen.

You shall not build the house again.

All your rafters are broken,

The ridgepole is shattered.

The mind of the Awakened One has reached the unconditioned state.

All cravings have come to an end."

(Dhammapada)[20]

---

19. The twelve links or stages are (1) Ignorance, (2) Actions, (3) Consciousness, (4) Name and Form, (5) the Six Entrances (the five sense organs and the mind), (6) Contact, (7) Sensation,(8) Desire, (9) Clinging, (10) Existence, (11) Birth, and (12) Old Age and Death.
20. Dhammapada. Page 153 - 154. Trans. by Ñanamoli Thera. http://www.buddhanet.net/e-learning/buddhism/bud_lt32.htm

Whole view of Vietnamese Monastics

PAYING HOMAGE

1. In countless lifetimes, out of compassion for sentient beings, aspiring to the Bodhi mind, engaging in the Bodhisattva path, and praying for Buddhahood.

2. Pretending to enjoy the allure of sensual pleasures, disillusioned with the impermanence of worldly conditions, wandering in all directions, empathizing with the sufferings of life. Crossing the city walls in the middle of the night, renouncing worldly life, cutting off the green hair, practicing in snowy mountains.

3. Possessing extraordinary wisdom, with the dedicated effort, spending five years studying under various

masters, diligently learning the art of healing, attaining mastery in meditation, transcending the conventional thoughts.

4. Conquering the hardships silently, practicing the asceticism rigorously, enduring extreme physical hardships, eating only one grain or bean per day, drinking only a few drops of dew or rainwater. In winter, enduring the falling snow, exposed to the cold outdoors; in summer, enduring scorching heat in a charnel ground. Using a staff or whip to strike the body, reaching the pinnacle of austerity that no one could match.

5. The Bodhisattva accepted the bowl of milk rice from Sujāta, abandoning extreme ascetic practices and returning to the Middle Way. Practicing mindfulness meditation, he resolved to attain Supreme Enlightenment.

6. Received the Kuśa grass, he constructed a seat, making a solemn vow that even if his blood dried up and only sinews and bones remained, he would not leave the Kuśa grass throne until attaining Supreme Buddhahood.

7. Under the Bodhi tree, on the forty-ninth night, just before dawn, he overcame the forces of Mara, achieving the *Knowledge to know the measureless last lifetimes*. He clearly saw the suffering of all beings trapped in the cycle of birth and death.

8. Under the Bodhi tree, on the forty-ninth night, at the second watch of the night, he attained *the Divine*

Eye, perceiving the entire world and all beings in all ten directions without hindrance.

9. Under the Bodhi tree, on the forty-ninth night, at the third watch of the night, he comprehended the nature of suffering, the causes of suffering, and the path leading to the cessation of suffering. He achieved *the Knowledge to eradicate all ignorances,* purified suffering, and realized the ultimate truth.

10. Under the Bodhi tree, at the end of the forty-night, his mind brightened, and he saw the morning star, signifying his attainment of the Bodhi path.

11. The Dharma is immortal, the Four Noble Truths are the sacred truths, the Eighfold Path is the path to salvation, rescuing sentient beings and crossing the ocean of suffering.

Namo Sakyamuni Buddha!

Vietnamese Monastics chanting the Compassionate Mantra and Prajna Heart Sutra

The entire assembly of over 2000 monks remained silent and reverent while contemplating the Compassionate One, the common Father of humanity, and sincerely expressing the gratitude in homage to the Enlightened One who has saved sentient beings from suffering.

The program is meticulously coordinated, solemn, and graceful; shown through seamlessly alternating between recitations of scriptures from various countries, the flower offerings, speeches, presentations of the organization's activities, etc. The primary languages used are English and Chinese. There are two English-speaking MCs (from Malaysia), and a Chinese-speaking MC (from Taiwan), who skillfully guide the program with harmony. While English and Chinese serve as the main languages for the grand ceremony, when monks from each country recite scriptures, they do so in their respective languages and follow their own ceremonial traditions.

The host country, India, was invited to the stage for the first recitation, followed by a solemn ceremony of offering five items (flowers, incense, tea, cakes, and lamps), expertly conducted by approximately 30 lay Buddhists from Taiwan and Malaysia. Next, venerable monks from Taiwan recited scriptures from the Great Vehicle tradition, followed by Vietnamese monks reciting the Great Compassion Dharani, the Prajna-paramita Sutra. Finally, Tibetan monks reciting scriptures in the Tibetan language.

A male monastic representative from the Tzu Chi

Foundation in Taiwan, founded by Venerable Master Cheng Yen, stepped onto the stage to convey greetings from Venerable Bhikṣuṇī Cheng Nghiêm to the assembly. He announced that the lunch offered during the event to around 2000 venerable monastics was sponsored by Venerable Bhikṣuṇī Cheng Nghiêm and the *Tzu Chi Foundation* (everyone applauded in gratitude). Venerable Bhikṣuṇī Cheng Nghiêm encouraged everyone to adopt a vegetarian diet, emphasizing the compassionate choice to prevent the merciless killing of millions of animals each day for human consumption. Concurrently during this occasion, the monastic representative also showcased on the screen the charitable activities of the *Tzu Chi Foundation*.

Next, Professor M. Sheevali, the Venerable from Canada with Sri Lankan roots, took to the podium. Following that, a video presentation highlighted the significant contributions of three organizations to Buddhism in Taiwan, Malaysia, India, and many countries worldwide. The *World Buddhist Merit Society* from Taiwan has been actively engaged in volunteer work, relief efforts, providing charity, and aiding in times of natural disasters, floods, and earthquakes. The society has been involved in humanitarian activities since 2018 in countries such as Sri Lanka, Thailand, Bangladesh, Pakistan, Syria, Turkey, and more.

The *Guang Ming Da Dao Association* (Malaysia) and the *Taiwan Buddhist Group* have also lent a helping hand to those in need. The organizers didn't forget to display on the screen images of male and female followers of Buddhism earnestly contributing monetary offerings in pink envelops for each venerable monastics participating in the *Commemoration of the Buddha's Enlightenment* ceremony. The Most Venerable Đạo Quả then took to the stage to recite the *Enlightenment Sutra* in Sanskrit, while the organizers respectfully offered the auspicious gifts to the monks and nuns. Following this, everyone was invited to partake in a vegetarian lunch (Indian cuisine) at the Anand International Hotel restaurant (located across from the Mahabodhi Cultural Centre).

*The Most Venerable Đạo Quả chanting Sanskrit Sutra
While Bhikṣuṇī Giới Hương touching hands to listen to it*

At the end of the event, the Most Venerable Thích Đạo Quả, on behalf of the organizers, expressed gratitude to the all monastics from various countries who attended and announced that next year, in 2025, the *Commemoration of the Buddha's Enlightenment* ceremony will be held on the 8th day of the 12th lunar month, following the tradition. They extended an invitation to venerable monks and nuns from all places to participate and wished everyone good health and further expressed gratitude and hopes of meeting again. The audience responded with enthusiastic applause. Bhikṣuṇī TN Nhuận Lý mentioned that the *Commemoration of the Buddha's Enlightenment* ceremony is held annually, and the 2024 event marks the 18th time, with the continued leadership of the venerable senior monks from Taiwan.

Since the enlightenment of Lord Buddha Siddhartha Gautama beneath the sacred Bodhi tree, Bodh Gaya in the state of Bihar, India, has become the holiest pilgrimage site in the world. Therefore, organizing the *Enlightenment Day* celebration in the sacred land of Bodh Gaya holds immense significance. The *World Buddhist Merit Society* has taken on the noble responsibility of organizing this annual event with great scale, solemnity, and profound meaning. Truly, the boundless merits generated from such endeavors are beyond measure and discussion.

Namo Joyful Storehouse
of Merit Forest Bodhisattva Mahasattva.

Namo is currently sitting in the Dharma place, the leader of Saha world, the Teacher of the three realms,

from the Father of all beings,
Namo Shakyamuni Buddha proved!

Bodh Gaya, India, January 18, 2024
Respectedly report,
Bhikṣuṇī TN Gioi Huong
Huongsentemple@gmail.com

Bhikṣuṇī TN Nhuận Lý (brown dress), Bhikṣuṇī TN Giới Hương (next right) and nuns at the front side of the Mahabodhi Cultural Centre

APPENDIX 2

PHOTOS OFFERINGS TO TIBETAN MONKS
IN BODHGAYA, INDIA,
IN JANUARY 18th 2024

APPENDIX 3

PHOTOS IN DHARAMSHALA
IN JANUARY 1st 2024

JAMYANG CHOLING   INSTITUTE OF BUDDHIST DIALECTICS

KIRTI MONASTERY
BUDDHISM
BUDDHISM

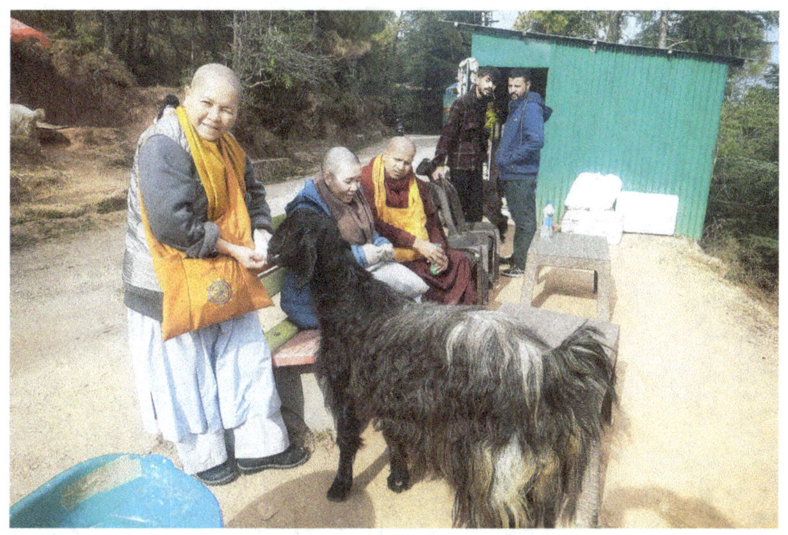

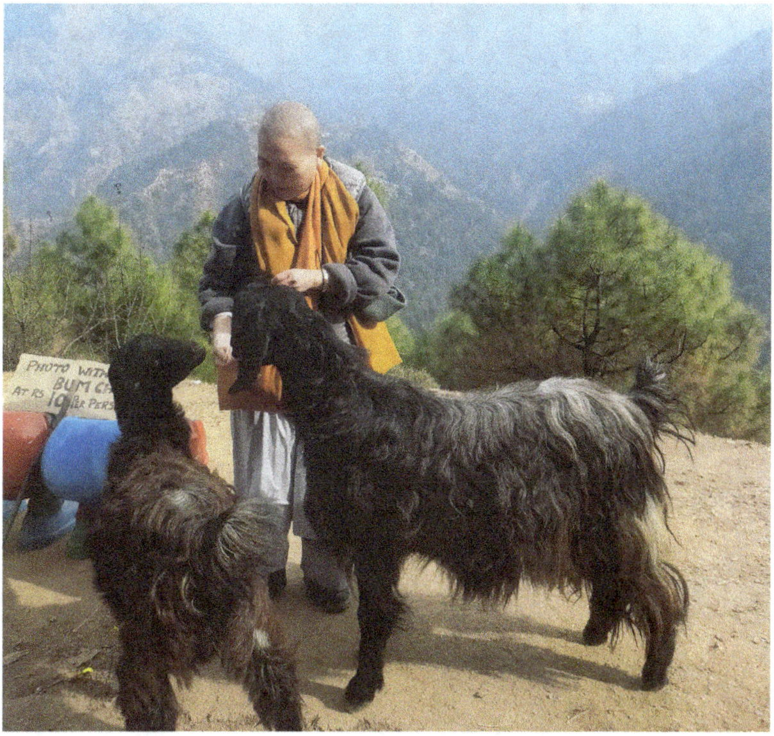
PHOTO WIT
BUM C
AT RS 10 PER PERS

KIRTI MONASTERY

94

BẢO ANH LẠC BOOKSHELF

Dr. Bhikṣuṇī TN Giới Hương composed

1.1. THE VIETNAMESE BOOKS

1. *Bồ-tát và Tánh Không Trong Kinh Tạng Pali và Đại Thừa* (Boddhisattva and Sunyata in the Early and Developed Buddhist Traditions).

2. *Ban Mai Xứ Ấn* (The Dawn in India) - *Tuyển tập các Tiểu Luận Phật Giáo* (Collection of Buddhist Essays), (3 tập).

3. *Vườn Nai – Chiếc Nôi* (Phật Giáo Deer Park–The Cradle of Buddhism).

4. *Quy Y Tam Bảo và Năm Giới* (Take Refuge in Three Gems and Keep the Five Precepts).

5. *Vòng Luân Hồi* (The Cycle of Life).

6. *Hoa Tuyết Milwaukee* (Snowflake in Milwaukee).

7. *Luân Hồi trong Lăng Kính Lăng Nghiêm* (The

Rebirth in *Śūraṅgama* Sūtra).

8. *Nghi Thức Hộ Niệm, Cầu Siêu* (The Ritual for the Deceased).

9. *Quan Âm Quảng Trần* (The Commentary of Avalokiteśvara Bodhisattva).

10. *Nữ Tu và Tù Nhân Hoa Kỳ* (A Nun and American Inmates).

11. *Nếp Sống Tỉnh Thức của Đức Đạt Lai Lạt Ma Thứ XIV* (The Awakened Mind of the 14th Dalai Lama).

12. *A-Hàm: Mưa pháp chuyển hóa phiền não* (*Agama – A Dharma Rain transforms the Defilement*), 2 tập.

13. *Góp Từng Hạt Nắng Perris* (Collection of Sunlight in Perris).

14. *Pháp Ngữ của Kinh Kim Cang* (The Key Words of Vajracchedikā-Prajñāpāramitā-Sūtra).

15. *Tập Thơ Nhạc Nắng Lăng Nghiêm* (Songs and Poems of Śūraṅgama Sunlight).

16. *Nét Bút Bên Song Cửa* (Reflections at the Temple Window).

17. *Máy Nghe MP3 Hương Sen* (Hương Sen Digital Mp3 Radio Speaker): Các Bài Giảng, Sách, Bài viết và Thơ Nhạc của Thích Nữ Giới Hương (383/201 bài).

18. *DVD Giới Thiệu về Chùa Hương Sen*, USA (Introduction on Huong Sen Temple).

19. *Ni Giới Việt Nam Hoằng Pháp tại Hoa Kỳ* (Sharing the Dharma - Vietnamese Buddhist Nuns in the

United States).

20. *Tuyển Tập 40 Năm Tu Học & Hoằng Pháp của Ni sư Giới Hương* (Forty Years in the Dharma: A Life of Study and Service—Venerable Bhikkhuni Giới Hương), Thích Nữ Viên Quang, TN Viên Nhuận, TN Viên Tiến, and TN Viên Khuông.

21. *Tập Thơ Nhạc Lối Về Sen Nở* (*Songs and Poems of Lotus Blooming on the Way*).

22. *Nghi Thức Công Phu Khuya – Thần Chú Thủ Lăng Nghiêm* (Śūraṅgama Mantra).

23. *Nghi Thức Cầu An – Kinh Phổ Môn* (The Universal Door Sūtra).

24. *Nghi Thức Cầu An – Kinh Dược Sư* (The Medicine Buddha Sūtra).

25. *Nghi Thức Sám Hối Hồng Danh* (The Sūtra of Confession at many Buddha Titles).

26. *Nghi Thức Công Phu Chiều – Mông Sơn Thí Thực* (The Ritual Donating Food to Hungry Ghosts).

27. *Khóa Tịnh Độ – Kinh A Di Đà* (The Amitabha Buddha Sūtra).

28. *Nghi Thức Cúng Linh và Cầu Siêu* (The Rite for Deceased and Funeral Home).

29. *Nghi Lễ Hàng Ngày - 50 Kinh Tụng và các Lễ Vía trong Năm* (The Daily Chanting Rituals and Annual Ceremonies).

30. *Hương Đạo Trong Đời 2022* (Tuyển tập 60 Bài Thi trong Cuộc Thi Viết Văn Ứng Dụng Phật Pháp 2022 - A Collection of Writings on the Practicing

of Buddhism in Daily Life in the Writing Contest 2022).

31. *Hương Pháp 2022* (Tuyển Tập Các Bài Thi Trúng Giải Cuộc Thi Viết Văn Ứng Dụng Phật Pháp 2022 - A Collection of the Winning Writings on the Practicing of Buddhism in Daily Life in the Writing Contest 2022).

32. *Giới* Hương - Thơm *Ngược Gió Ngàn* (Giới *Hương – The Virtue* Fragrance Against the Thousand Winds), Nguyên Hà.

33. *Pháp Ngữ Kinh Hoa Nghiêm* (Buddha-avatamsaka-nāma-mahāvaipulya-sūtra) (2 tập).

34. *Tinh Hoa Kinh Hoa Nghiêm (The Core of Buddha-avatamsaka-nāma-mahāvaipulya-sūtra).*

35. *Phật Giáo – Tầm Nhìn Lịch Sử Và Thực Hành* (*Buddhism: A Historical and Practical Vision*). Hiệu đính: Thích Hạnh Chánh và Thích Nữ Giới Hương.

36. *Nhật ký Hành Thiền Vipassana và Kinh Tứ Niệm Xứ* (Diary: Practicing Vipassana and the Four Foundations of Mindfulness Sutta)

37. *Nghi cúng Giao Thừa* (New Year's Eve Ceremony)

38. *Nghi cúng Rằm Tháng Giêng* (the Ceremony of the First Month's Full Moon)

39. *Nghi thức Lễ Phật Đản* (The Buddha Birthday's Ceremony)

40. *Nghi thức Vu Lan* (The Ullambana Festival or Parent Day)

41. *Lễ Vía Quan Âm* (The Avolokiteshvara Day)

42. *Nghi cúng Thánh Tổ Kiều Đàm Di* (The Death Anniversary of Mahapajapati Gotami)

43. *Nghi thức cúng Tổ và Giác linh Sư trưởng* (The Ancestor Day)

1.2. THE ENGLISH BOOKS

1. *Boddhisattva and Sunyata in the Early and Developed Buddhist Traditions.*

2. *Rebirth Views in the Śūraṅgama Sūtra.*

3. *Commentary of Avalokiteśvara Bodhisattva.*

4. *The Key Words in Vajracchedikā Sūtra.*

5. *Sārnātha-The Cradle of Buddhism in the Archeological View.*

6. *Take Refuge in the Three Gems and Keep the Five Precepts.*

7. *Cycle of Life.*

8. *Forty Years in the Dharma: A Life of Study and Service—Venerable Bhikkhuni Giới Hương.*

9. *Sharing the Dharma -Vietnamese Buddhist Nuns in the United States.*

10. *A Vietnamese Buddhist Nun and American Inmates.*

11. *Daily Monastic Chanting.*

12. *Weekly Buddhist Discourse Chanting.*

13. *Practice Meditation and Pure Land.*

14. *The Ceremony for Peace.*

15. *The Lunch Offering Ritual.*

16. *The Ritual Offering Food to Hungry Ghosts.*

17. *The Pureland Course of Amitabha Sutra.*

18. *The Medicine Buddha Sutra.*

19. *The New Year Ceremony.*

20. *The Great Parinirvana Ceremony.*

21. *The Buddha's Birthday Ceremony.*

22. *The Ullambana Festival (Parents' Day).*

23. *The Marriage Ceremony.*

24. *The Blessing Ceremony for The Deceased.*

25. *The Ceremony Praising Ancestral Masters.*

26. *The Enlightened Buddha Ceremony.*

27. *The Uposatha Ceremony (Reciting Precepts).*

28. *Buddhism: A Historical and Practical Vision.* Edited by Ven. Dr. Thich Hanh Chanh and Ven. Dr. Bhikṣuṇī TN Gioi Huong.

29. *Contribution of Buddhism For World Peace & Social Harmony.* Edited by Ven. Dr. Buddha Priya Mahathero and Ven. Dr. Bhikṣuṇī TN Gioi Huong.

30. *Global Spread of Buddhism with Special Reference to Sri Lanka.* Buddhist Studies Seminar in Kandy University. Edited by Prof. Ven. Medagama Nandawansa and Dr. Bhikṣuṇī TN Gioi Huong.

31. *Buddhism In Sri Lanka During The Period of 19th to 21st Centuries.* Buddhist Studies Seminar in Colombo. Edited by Prof. Ven. Medagama Nandawansa and Dr. Bhikṣuṇī TN Gioi Huong.

32. *Diary: Practicing Vipassana and the Four Foundations of Mindfulness Sutta.*

1.3. THE BILINGUAL BOOKS (VIETNAMESE-ENGLISH)

1. *Bản Tin Hương Sen: Xuân, Phật Đản, Vu Lan (*Hương Sen Newsletter: Spring, Buddha Birthday and Vu Lan, annual/ Mỗi Năm).

2. *Danh Ngôn Nuôi Dưỡng Nhân Cách - Good Sentences Nurture a Good Manner.*

3. *Văn Hóa Đặc Sắc của Nước Nhật Bản-Exploring the Unique Culture of Japan.*

4. *Sống An Lạc dù Đời không Đẹp như Mơ - Live Peacefully though Life is not Beautiful as a Dream.*

5. *Hãy Nói Lời Yêu Thương-Words of Love and Understanding.*

6. *Văn Hóa Cổ Kim qua Hành Hương Chiêm Bái -The Ancient- Present Culture in Pilgrim.*

7. *Nghệ Thuật Biết Sống - Art of Living.*

8. *Dharamshala - Hành Hương Vùng Đất Thiêng, Ấn Độ, Dharamshala - Pilgrimage to the Sacred Land, India.*

1.4. THE TRANSLATED BOOKS

1. *Xá Lợi Của Đức Phật* (Relics of the Buddha), Tham Weng Yew.

2. *Sen Nở Nơi Chốn Tử Tù* (Lotus in Prison), many

authors.

3. *Chùa Việt Nam Hải Ngoại* (Overseas Vietnamese Buddhist Temples).

4. *Việt Nam Danh Lam Cổ Tự* (The Famous Ancient Buddhist Temples in Vietnam).

5. *Hương Sen, Thơ và Nhạc* – (Lotus Fragrance, Poem and Music).

6. *Phật Giáo-Một Bậc Đạo Sư, Nhiều Truyền Thống* (Buddhism: One Teacher – Many Traditions), Đức Đạt Lai Lạt Ma 14th & Ni Sư Thubten Chodren.

7. *Cách Chuẩn Bị Chết và Giúp Người Sắp Chết-Quan Điểm Phật Giáo* (Preparing for Death and Helping the Dying – A Buddhist Perspective).

2.BUDDHIST MUSIC ALBUMS
from POEMS of THÍCH NỮ GIỚI HƯƠNG

1. *Đào Xuân Lộng Ý Kinh* (The Buddha's Teachings Reflected in Cherry Flowers).

2. *Niềm Tin Tam Bảo* (Trust in the Three Gems).

3. *Trăng Tròn Nghìn Năm Đón Chờ Ai* (Who Is the Full Moon Waiting for for Over a Thousand Years?).

4. *Ánh Trăng Phật Pháp* (Moonlight of Dharma-Buddha).

5. *Bình Minh Tỉnh Thức* (Awakened Mind at the Dawn) (*Piano Variations for Meditation*).

6. *Tiếng Hát Già Lam* (Song from Temple).

7. *Cảnh Đẹp Chùa Xưa* (The Magnificent, Ancient

Buddhist Temple).

8. *Karaoke Hoa Ưu Đàm Đã Nở* (An Udumbara Flower Is Blooming).

9. *Hương Sen Ca* (Hương Sen's Songs)

10. *Về Chùa Vui Tu* (Happily Go to Temple for Spiritual Practices)

11. *Gọi Nắng Xuân Về* (Call the Spring Sunlight).

12. *Đệ Tử Phật*. Thơ: Thích Nữ Giới Hương, Nhạc: Uy Thi Ca & Giác An, volume 4, năm 2023.

Mời xem: http://www.huongsentemple.com/index.php/kinh-sach/tu-sach-bao-anh-lac

**DHARAMSHALA - Hành Hương
Vùng Đất Thiêng Ấn Độ
- Pilgrimage To The Sacred Plateau In India**
(Song ngữ Việt - Anh)

Tác giả: Ven. Dr. Bhikṣuṇī TN Gioi Huong

NHÀ XUẤT BẢN TÔN GIÁO
53 Tràng Thi – Hoàn Kiếm - Hà Nội
ĐT: (024)37822845
Email: nhaxuatbantongiao@gmail.com

Chịu trách nhiệm xuất bản:
Giám đốc: ThS. Nguyễn Hữu Có

Chịu trách nhiệm nội dung:
Tổng Biên tập: Lê Hồng Sơn
Biên tập: Nguyễn Thị Thanh Thủy
Trình bày: Vũ Đình Trọng
Sửa bản in: Vũ Đình Trọng

Số lượng in: 1.000 bản, Khổ: 14 x 20 cm
In tại: Công ty TNHH Sản xuất Thương mại Dịch vụ In ấn Trâm Anh,
159/57 Bạch Đằng, phường 2, quận Tân Bình, thành phố Hồ Chí Minh.
Số ĐKXB: 537-2024/CXBIPH/04-23/TG
Mã ISBN: 978-604-61-7502-5
QĐXB: 131/QĐ-NXBTG ngày 12 tháng 3 năm 2024
In xong và nộp lưu chiểu quý I năm 2024